Impressum
Verlag: BABADADA GmbH, Nedderfeld 112 , 22529 Hamburg
Geschäftsführer / Verlagsleitung: Harald Hof
Druck: Books on Demand GmbH, In de Tarpen 42, 22848 Norderstedt

Imprint
Publisher: BABADADA GmbH, Nedderfeld 112 , 22529 Hamburg, Germany
Managing Director / Publishing direction: Harald Hof
Print: Books on Demand GmbH, In de Tarpen 42, 22848 Norderstedt, Germany

trường học

школа

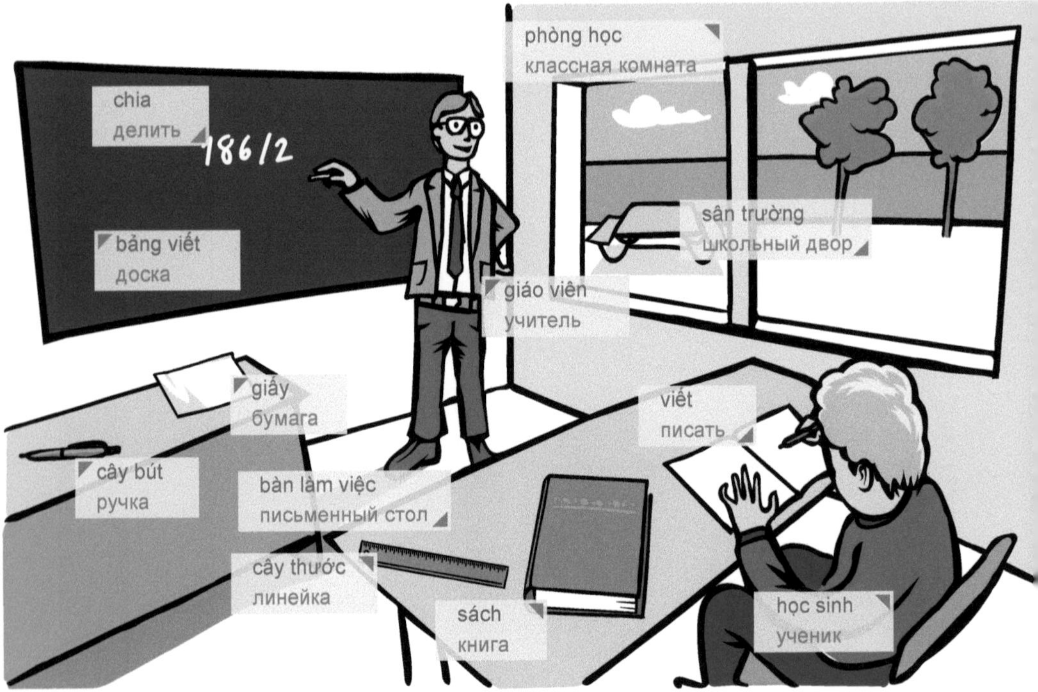

phòng học
классная комната
chia
делить
186/2
bảng viết
доска
sân trường
школьный двор
giáo viên
учитель
giấy
бумага
viết
писать
cây bút
ручка
bàn làm việc
письменный стол
cây thước
линейка
sách
книга
học sinh
ученик

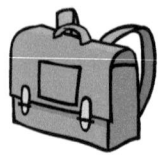

cặp đeo vai học sinh

ранец

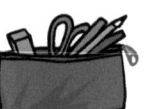

hộp đựng bút

пенал

bút chì

карандаш

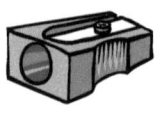

cái gọt bút chì

точилка

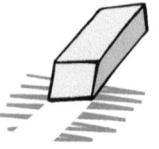

cục tẩy

ластик

tập giấy vẽ

альбом для рисования

bản vẽ

рисунок

cọ vẽ

кисточка

hộp mực vẽ

коробка красок

cây kéo

ножницы

keo dán

клей

sách bài tập

тетрадь

bài tập ở nhà

домашняя работа

số

цифра

2+2

cộng

прибавлять

trừ

вычитать

nhân

умножать

tính toán

считать

chữ cái

буква

bảng chữ cái

алфавит

từ

слово

văn bản

текст

đọc

читать

phấn viết

мел

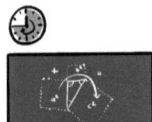

bài học

урок

sổ lớp

классный журнал

thi kiểm tra

экзамен

chứng chỉ

диплом

đồng phục học sinh

школьная форма

giáo dục

образование

từ điển bách khoa

энциклопедия

đại học

университет

kính hiển vi

микроскоп

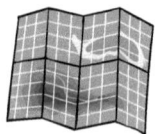

bản đồ

карта

thùng rác giấy

корзина для бумаг

du lịch

путешествие

khách sạn
гостиница
Grand
nhà trọ
турбаза
ROOMS
quầy đổi tiền
пункт обмена валюты
EXCHANGE
va li
чемодан
xe ô tô
автомобиль

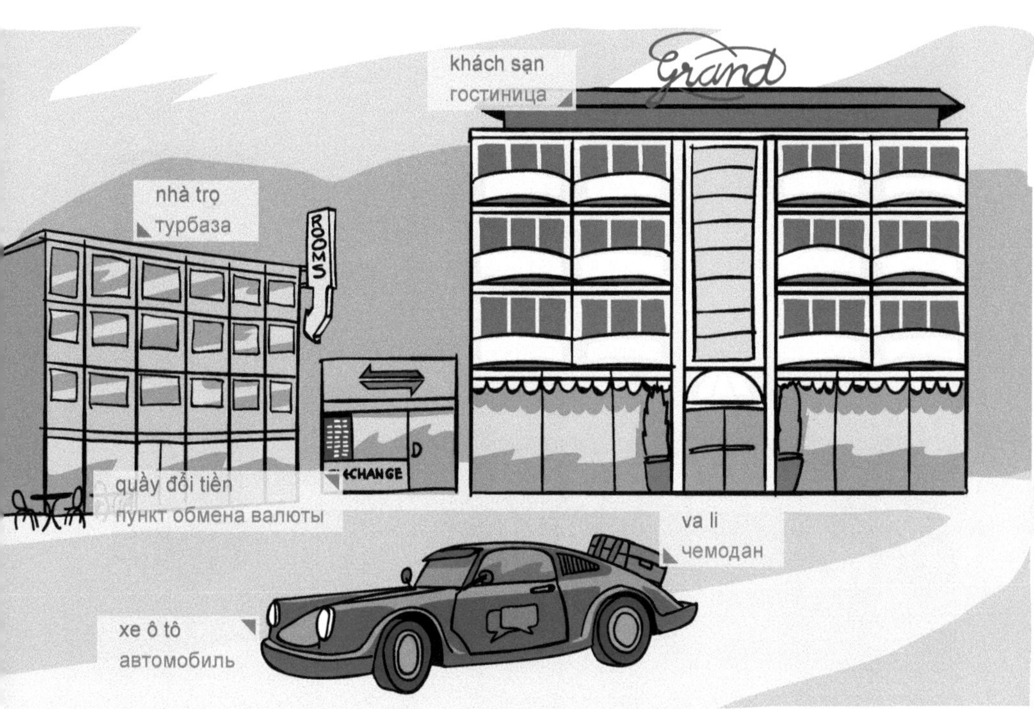

ngôn ngữ

язык

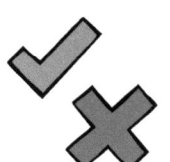

có / không

да / нет

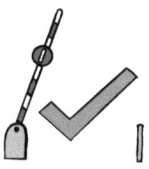

ô kê

хорошо

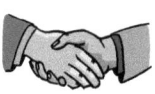

Xin chào

Привет

thông dịch viên

переводчик

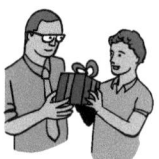

cám ơn

Спасибо

... bao nhiêu tiền?

Сколько стоит...?

tôi không hiểu

Я не понимаю

vấn đề

проблема

Xin chào! (buổi tối)

Добрый вечер!

xin chào! (buổi sáng)

Доброе утро!

chúc ngủ ngon!

Доброй ночи!

tạm biệt

До свидания

hướng đi

направление

hành lý

багаж

túi xách

сумка

túi ba lô

рюкзак

khách

гость

phòng

комната

túi ngủ

спальный мешок

lều

палатка

thông tin du lịch

туристическая информация

bãi biển

пляж

thẻ tín dụng

кредитная карточка

ăn sáng

завтрак

ăn trưa

обед

ăn tối

ужин

vé xe

билет

thang máy

лифт

tem bưu điện

почтовая марка

biên giới

граница

hải quan

таможня

đại sứ quán

посольство

thị thực

виза

hộ chiếu

паспорт

vận chuyển

транспорт

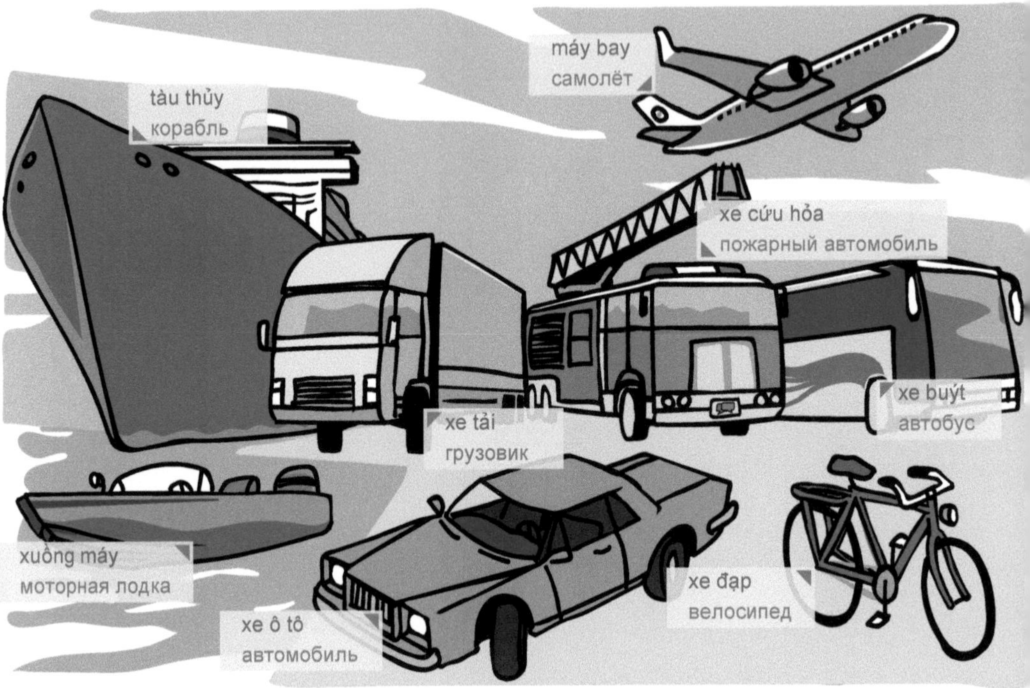
máy bay
самолёт
tàu thủy
корабль
xe cứu hỏa
пожарный автомобиль
xe buýt
автобус
xe tải
грузовик
xuồng máy
моторная лодка
xe đạp
велосипед
xe ô tô
автомобиль

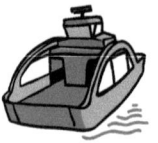

phà

паром

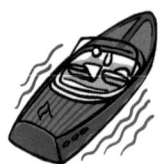

xuồng

лодка

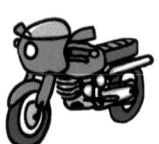

xe máy

мотоцикл

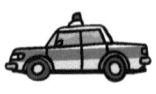

xe cảnh sát

полицейский автомобиль

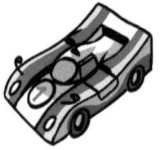

xe đua

гоночный автомобиль

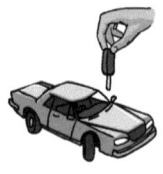

xe cho thuê

арендованный автомобиль

dịch vụ thuê xe tự lái

совместное пользование
автомобилями

xe kéo cứu hộ

буксировочный
автомобиль

xe rác

мусоровоз

động cơ

двигатель

xăng

топливо

trạm xăng

заправка

biển báo giao thông

дорожный знак

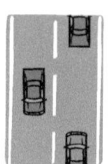

giao thông

движение

ách tắc giao thông

пробка

bãi đậu xe

автостоянка

nhà ga

вокзал

đường ray

рельсы

xe lửa

поезд

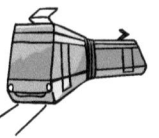

tàu điện

трамвай

toa xe

вагон

máy bay trực thăng

вертолёт

sân bay

аэропорт

tháp

вышка

hành khách

пассажир

côngtenơ

контейнер

thùng các-tông

коробка

xe đẩy

тележка

cái giỏ

корзина

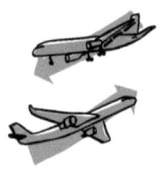

cất cánh / hạ cánh

взлетать / приземляться

thành phố

город

làng

деревня

trung tâm thành phố

центр города

nhà

дом

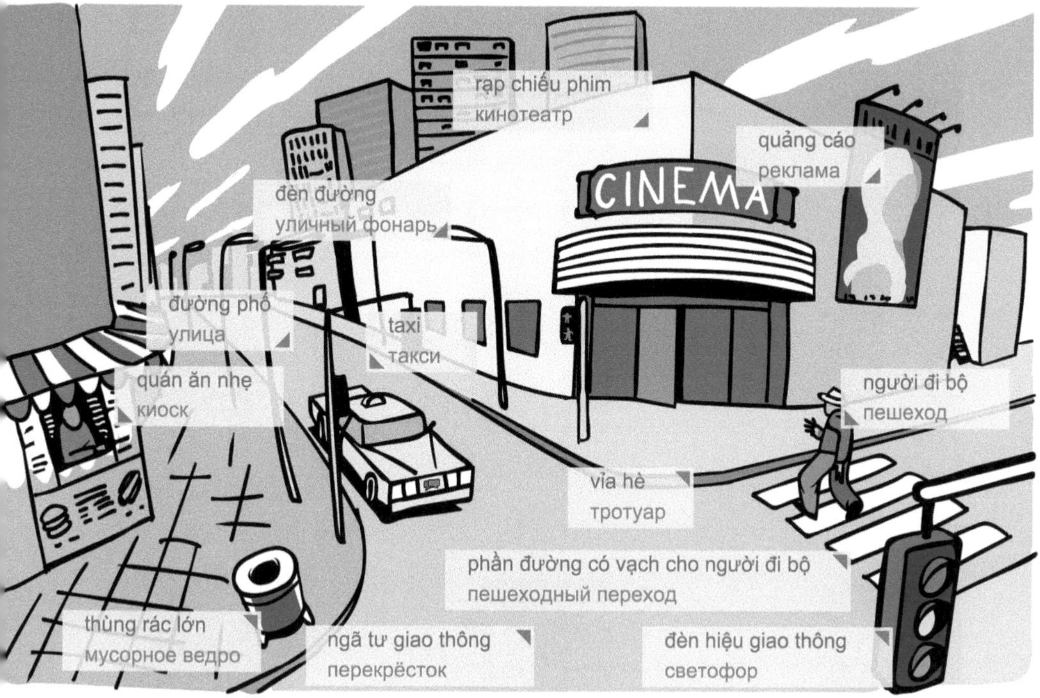

rạp chiếu phim
кинотеатр
CINEMA
quảng cáo
реклама
đèn đường
уличный фонарь
đường phố
улица
taxi
такси
quán ăn nhẹ
киоск
người đi bộ
пешеход
vỉa hè
тротуар
phần đường có vạch cho người đi bộ
пешеходный переход
thùng rác lớn
мусорное ведро
ngã tư giao thông
перекрёсток
đèn hiệu giao thông
светофор

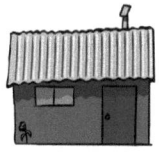

nhà chòi

хижина

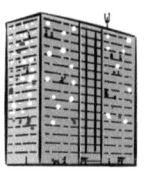

căn hộ

квартира

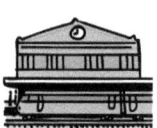

nhà ga

вокзал

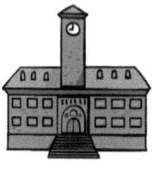

tòa thị chính

ратуша

MUSEUM

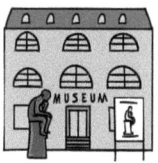

viện bảo tàng

музей

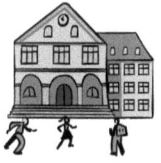

trường học

школа

đại học

университет

ngân hàng

банк

bệnh viện

больница

khách sạn

гостиница

hiệu thuốc

аптека

văn phòng

офис

hiệu sách

книжный магазин

cửa hiệu

магазин

cửa hiệu bán hoa

цветочный магазин

siêu thị

супермаркет

chợ

рынок

cửa hàng bách hóa

универмаг

người bán cá

торговец рыбой

trung tâm mua bán

торговый центр

bến cảng

порт

công viên

парк

ghế băng

скамейка

cầu

мост

cầu thang

лестница

tàu điện ngầm

метро

đường hầm

тоннель

trạm xe buýt

автобусная остановка

quán bar

бар

khách sạn

ресторан

hòm thư công cộng

почтовый ящик

bảng hiệu đường

табличка с названием
улицы

đồng hồ đậu xe

паркометр

vườn bách thú

зоопарк

bể bơi

бассейн

nhà thờ Hồi giáo

мечеть

nông trại

ферма

ô nhiễm môi trường

загрязнение окружающей среды

nghĩa trang

кладбище

nhà thờ

церковь

sân chơi

детская площадка

ngôi đền

храм

phong cảnh
ландшафт

lá cây
лист

bảng chỉ đường
дорожный указатель

lối đi
дорога

bãi cỏ
луг

hòn đá
камень

cây
дерево

người đi bộ đường dài
путешественник

sông
река

cỏ
трава

bông hoa
цветок

thung lũng

долина

đồi

гора

hồ nước

озеро

rừng

лес

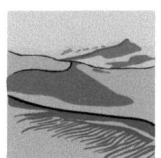

sa mạc

пустыня

núi lửa

вулкан

lâu đài

замок

cầu vồng

радуга

nấm

гриб

cây cọ

пальма

con muỗi

комар

con ruồi

муха

con kiến

муравей

con ong

пчела

con nhện

паук

bọ cánh cứng

жук

con ếch

лягушка

con sóc

белка

con nhím

еж

con thỏ

заяц

con cú

сова

con chim

птица

thiên nga

лебедь

heo rừng

кабан

con hươu

олень

nai sừng tấm

лось

đê

плотина

tuabin gió

ветряной генератор

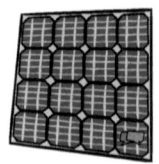

tấm năng lượng mặt trời

солнечная батарея

khí hậu

климат

khách sạn

ресторан

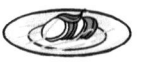

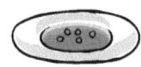

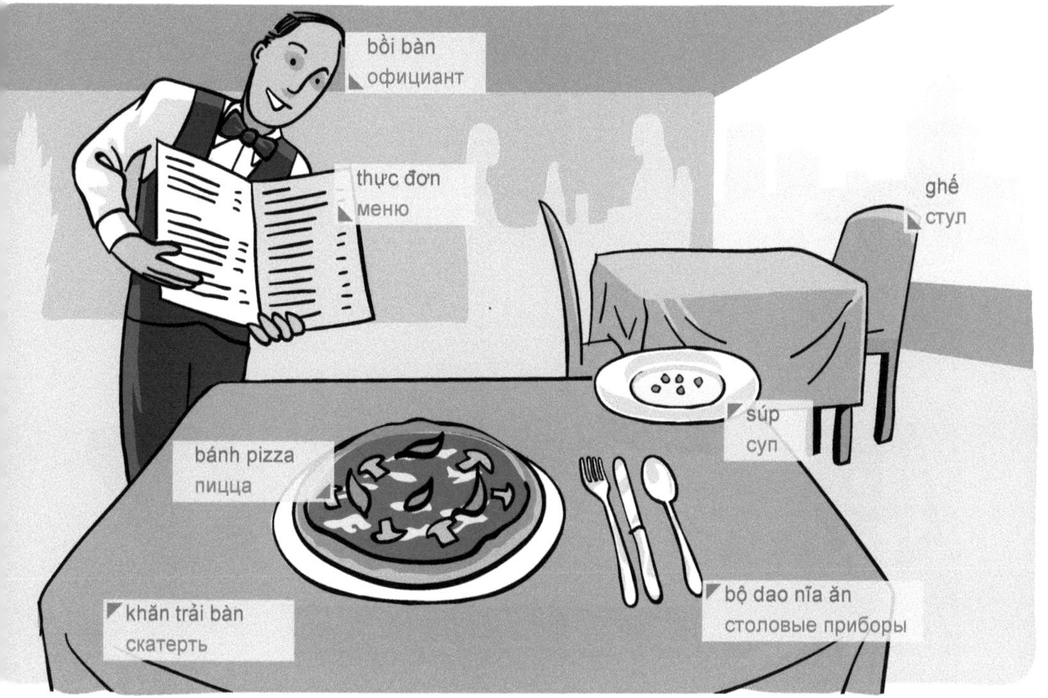

bồi bàn
официант
thực đơn
меню
ghế
стул
súp
суп
bánh pizza
пицца
khăn trải bàn
скатерть
bộ dao nĩa ăn
столовые приборы

món ăn khai vị

закуска

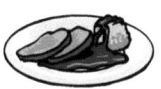

món ăn chính

главное блюдо

món tráng miệng

десерт

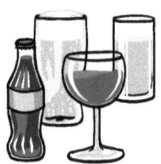

thức uống

напитки

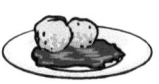

thức ăn

еда

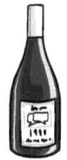

cái chai

бутылка

thức ăn nhanh

фастфуд

thức ăn đường phố

уличная еда

ấm trà

чайник

hộp đường

сахарница

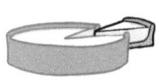

khẩu phần

порция

máy pha espresso

кофеварка

ghế cao

детский стульчик

hóa đơn

счет

khay

поднос

dao

нож

nĩa

вилка

thìa

ложка

thìa uống trà

чайная ложка

khăn ăn

салфетка

cốc thủy tinh

стакан

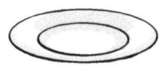

đĩa

тарелка

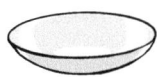

đĩa súp

суповая тарелка

đĩa lót cốc

блюдце

nước sốt

соус

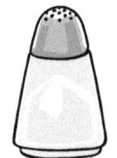

lọ muối

солонка

cái xay tiêu

мельница для перца

giấm

уксус

dầu

масло

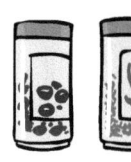

gia vị

специи

nước xốt cà chua

кетчуп

tương hạt cải

горчица

nước sốt mayonnaise

майонез

siêu thị

супермаркет

chào giá đặc biệt
специальное предложение
FOR
khách hàng
покупатель
sản phẩm từ sữa
молочные продукты
trái cây
фрукты
xe đẩy mua sắm
тележка для покупок

BUTCHERS

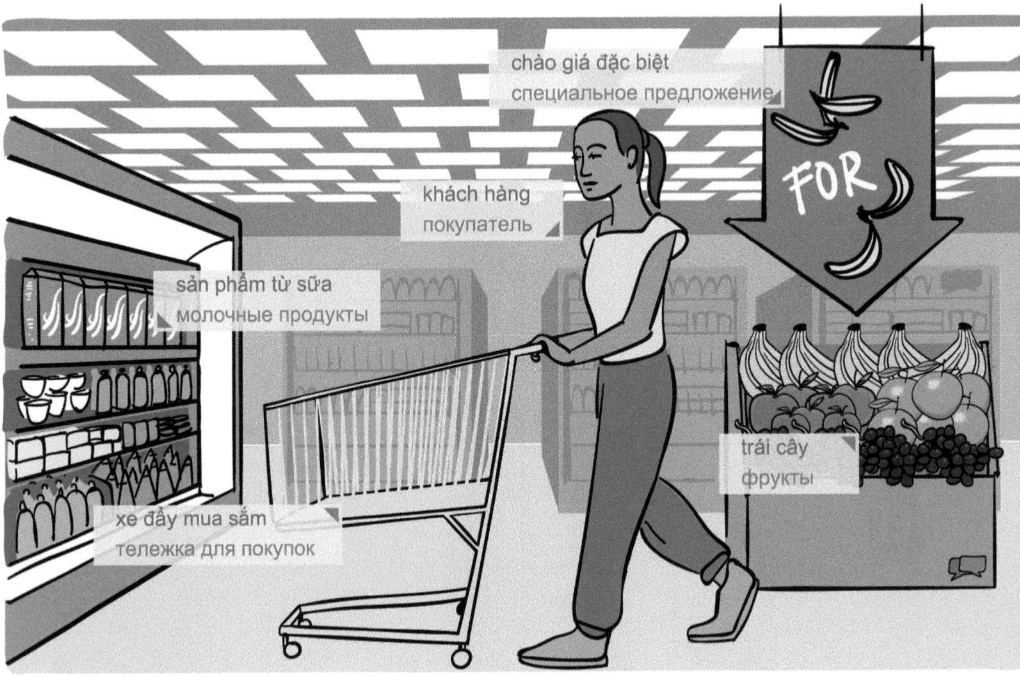

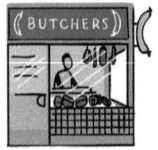

lò mổ

мясной магазин

BAKERY

cửa hiệu bán bánh mì

пекарня

cân nặng

взвешивать

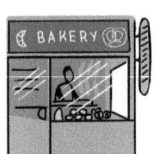

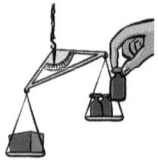

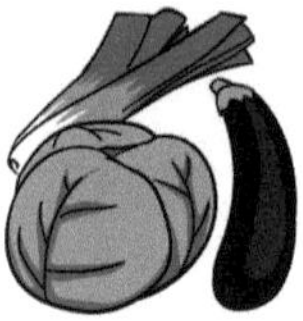

rau quả

овощи

thịt

мясо

thức ăn đông lạnh

быстрозамороженные продукты

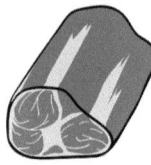

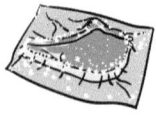

lát thịt nguội

нарезка

đồ hộp

консервы

bột giặt

стиральный порошок

đồ ngọt

сладости

sản phẩm dùng trong gia đình

предмет домашнего обихода

chất tẩy rửa

моющее средство

người bán hàng

продавщица

quầy trả tiền

касса

nhân viên thu ngân

кассир

danh sách mua sắm

список покупок

giờ mở cửa

время работы

ví tiền

бумажник

thẻ tín dụng

кредитная карточка

túi đeo

сумка

túi ny lông

полиэтиленовый пакет

nước

вода

nước quả ép

сок

sữa

молоко

coca-cola

кока-кола

rượu vang

вино

bia

пиво

cồn

алкоголь

cacao

какао

trà

чай

cà phê

кофе

espresso

эспрессо

cappuccino

капучино

chuối

банан

quả táo

яблоко

quả cam

апельсин

dưa hấu

арбуз

chanh

лимон

cà rốt

морковь

tỏi

чеснок

tre

бамбук

củ hành

лук

nấm

гриб

hạt dẻ

орехи

mì

лапша

mì spaghetti

спагетти

cơm

рис

xà lách

салат

khoai tây chiên

картофель фри

khoai tây chiên

жареный картофель

bánh pizza

пицца

bánh hamburger

гамбургер

bánh mì sandwich

сэндвич

thịt côtlet

шницель

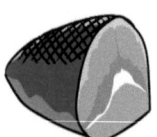

thịt giăm bông

ветчина

xúc xích

салями

dồi

колбаса

gà

курица

rán

жаркое

cá

рыба

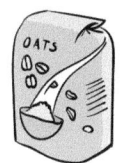

cháo yến mạch

овсяные хлопья

cháo muesli

мюсли

bánh bột ngô nướng

кукурузные хлопья

bột mì

мука

bánh sừng bò

круассан

bánh mì

булочка

bánh mì

хлеб

bánh mì nướng

тост

bánh bích quy

печенье

bơ

масло

sữa đông

творог

bánh ngọt

пирог

trứng

яйцо

trứng rán

яичница

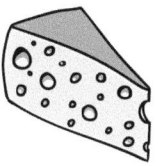

pho mát

сыр

kem

мороженое

đường

сахар

mật ong

мёд

mứt

мармелад

kem nougat

крем с нугой

cà ri

карри

nông trại
ферма

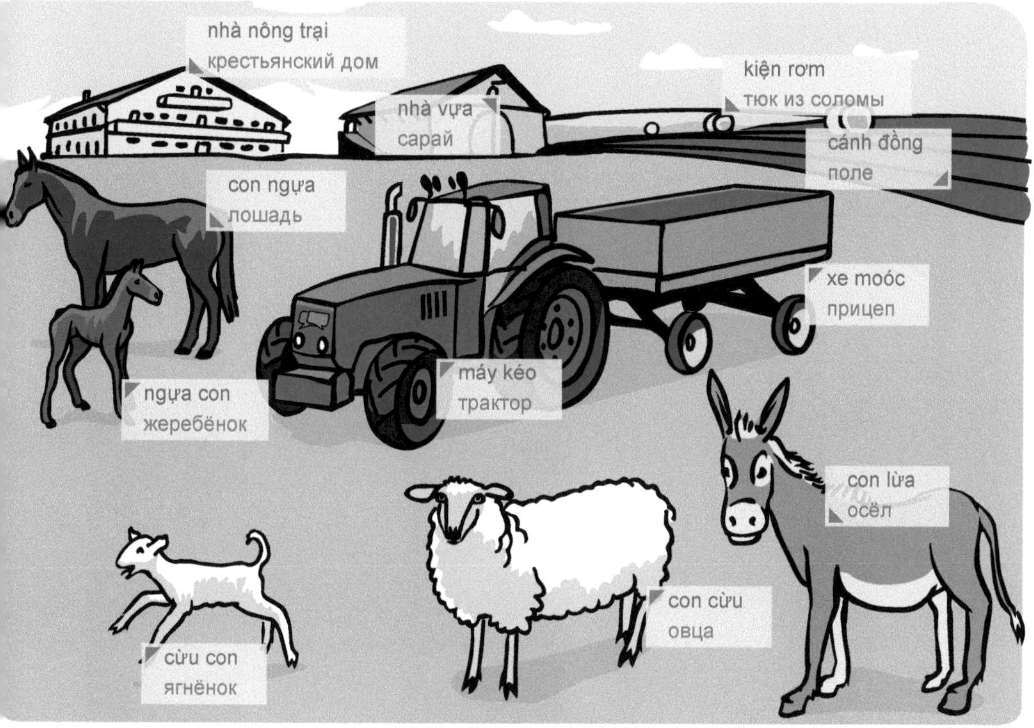
nhà nông trại
крестьянский дом
nhà vựa
сарай
kiện rơm
тюк из соломы
cánh đồng
поле
con ngựa
лошадь
xe moóc
прицеп
máy kéo
трактор
ngựa con
жеребёнок
con lừa
осёл
con cừu
овца
cừu con
ягнёнок

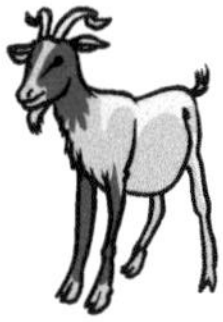

con dê

коза

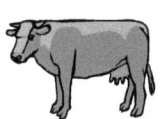

con bò

корова

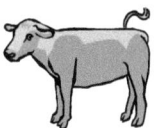

con bê

телёнок

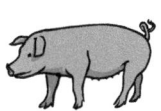

con lợn

свинья

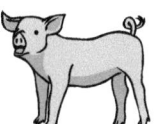

lợn con

поросёнок

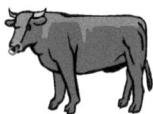

bò đực

бык

con ngỗng

гусь

con vịt

утка

gà con

цыплёнок

gà mái

курица

gà trống

петух

con chuột

крыса

mèo

кошка

chuột nhắt

мышь

bò đực

вол

con chó

собака

nhà chuồng chó

конура

ống tưới vườn cây

садовый шланг

thùng tưới cây

лейка

lưỡi hái

коса

cái cày

плуг

cái liềm

серп

cái cuốc

мотыга

cái chĩa

навозные вилы

cái rìu

топор

xe cút kít

тачка

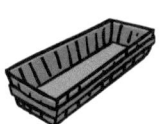

máng ăn

корыто

lọ sữa

бидон для молока

bao tải

мешок

hàng rào

забор

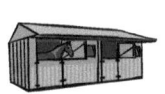

chuồng

хлев

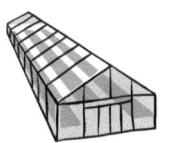

nhà kính trồng cây

теплица

đất trồng

почва

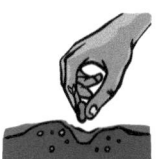

hạt giống

посев

phân bón

удобрение

máy gặt đập liên hợp

комбайн

thu hoạch

собирать урожай

mùa thu hoạch

урожай

khoai lang

ямс

lúa mì

пшеница

đậu nành

соя

khoai tây

картофель

ngô

кукуруза

hạt cải dầu

рапс

cây ăn trái

фруктовое дерево

sắn

маниок

ngũ cốc

злаки

ống khói
дымоход

mái nhà
крыша

ống máng nước mưa
водосточный желоб

cửa sổ
окно

ga ra
гараж

chuông cửa
звонок

cửa
дверь

thùng rác
мусорное ведро

hòm thư
почтовый ящик

vườn
сад

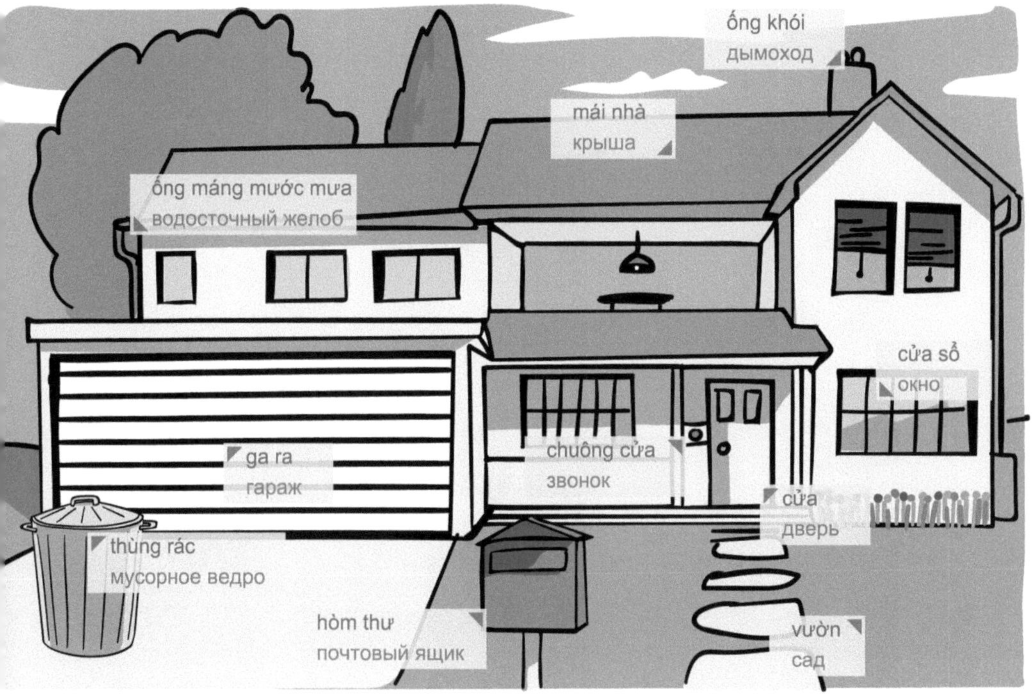

phòng khách

гостиная

phòng tắm

ванная комната

bếp

кухня

phòng ngủ

спальня

phòng trẻ em

детская комната

phòng ăn

столовая

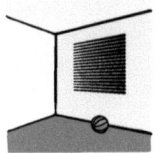

nền nhà
пол

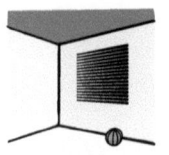

tường
стена

trần nhà
потолок

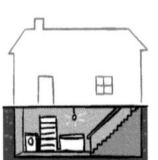

tầng hầm
подвал

tấm hơi
сауна

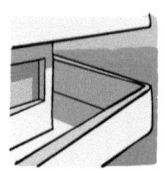

ban công
балкон

sân hiên
терраса

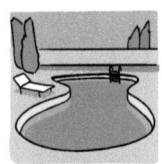

bể bơi
бассейн

máy cắt cỏ
газонокосилка

khăn trải giường
пододеяльник

khăn trải giường
покрывало

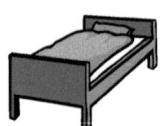

giường
кровать

chổi
метла

cái xô
ведро

công tắc điện
выключатель

phòng khách
гостиная

giấy dán tường
обои
hình ảnh
рисунок
đèn
лампа
cái kệ
полка
tủ
шкаф
ti vi
телевизор
lò sưởi
камин
bông hoa
цветок
gối
подушка
ghế sofa
диван
bình hoa
ваза
điều khiển từ xa
пульт дистанционного управления

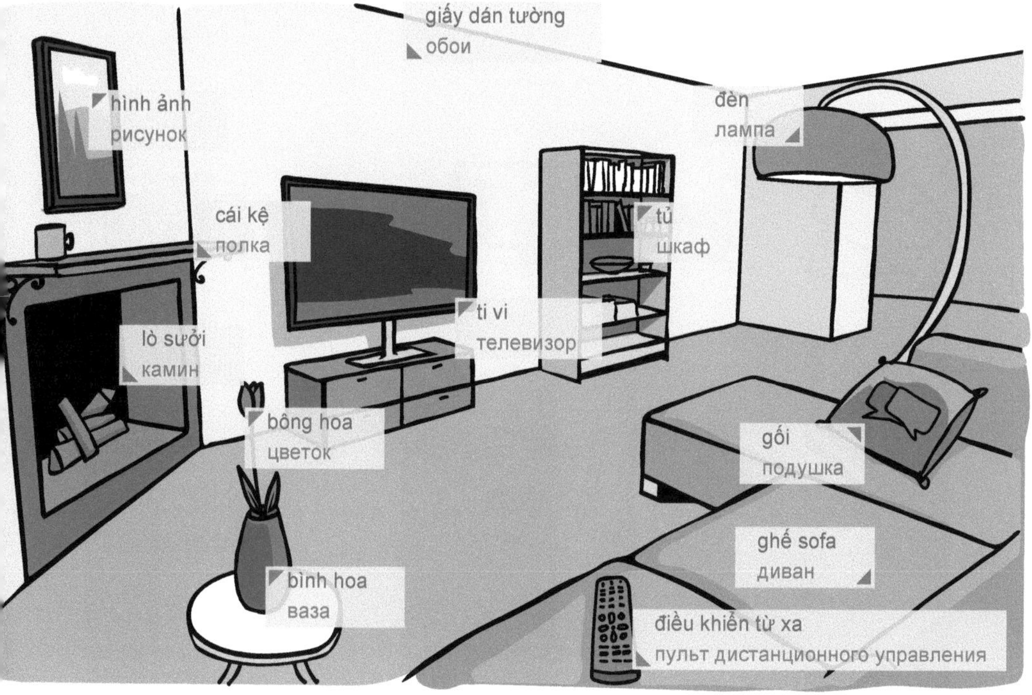

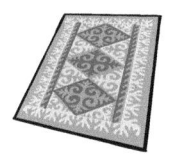

thảm

ковёр

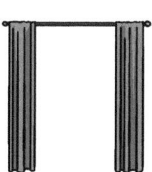

rèm

штора

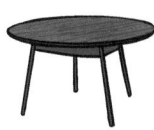

cái bàn

стол

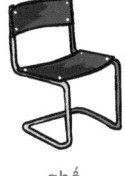

ghế

стул

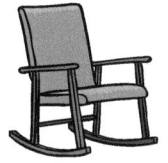

ghế bập bênh

кресло-качалка

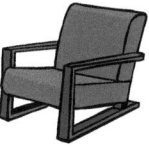

ghế bành

кресло

sách

книга

cái chăn

покрывало

đồ trang trí

украшение

củi

дрова

phim

фильм

máy hi-fi

стереосистема

chìa khóa

ключ

báo

газета

bức tranh

картина

áp phích

плакат

radio

радио

sổ ghi chép

блокнот

máy hút bụi

пылесос

cây xương rồng

кактус

cây nến

свеча

bếp
кухня

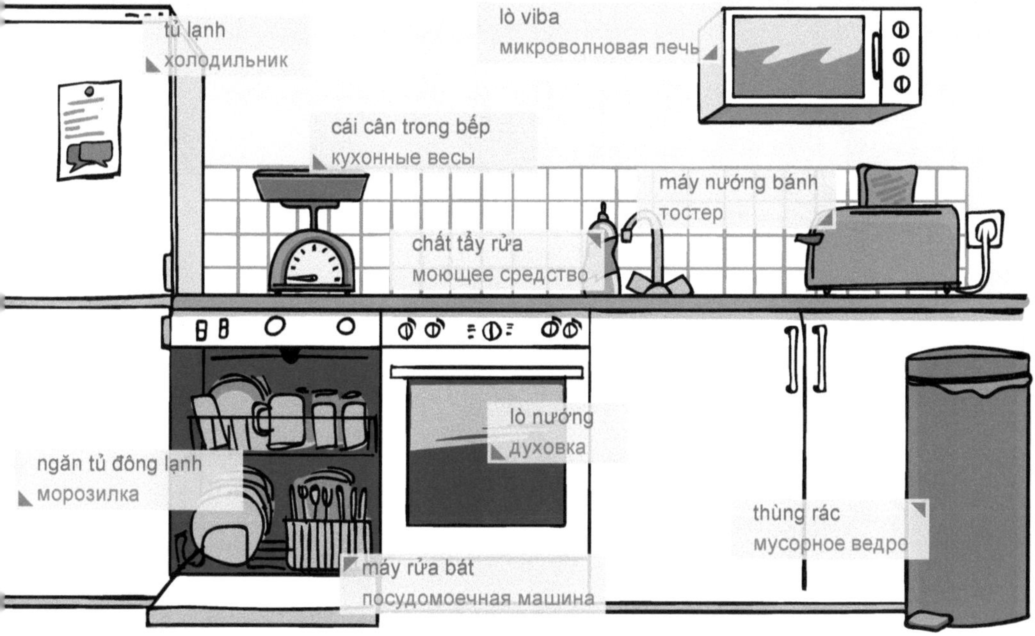
tủ lạnh
холодильник
lò viba
микроволновая печь
cái cân trong bếp
кухонные весы
máy nướng bánh
тостер
chất tẩy rửa
моющее средство
lò nướng
духовка
ngăn tủ đông lạnh
морозилка
thùng rác
мусорное ведро
máy rửa bát
посудомоечная машина

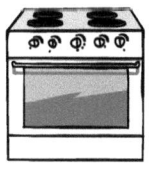

lò nấu
плита

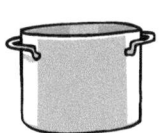

nồi
кастрюля

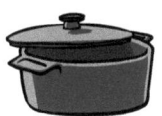

nồi sắt
чугунный котелок

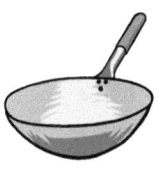

chảo
вок / кадай

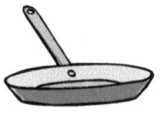

chảo
сковорода

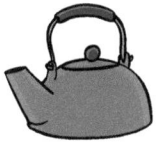

ấm đun nước
чайник

nồi đun hơi

пароварка

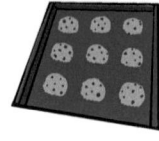

khay lò nướng

противень

bát đĩa

посуда

cốc

кружка

cái bát

миска

đũa

палочки для еды

cái vá

половник

bàn xẻng

лопатка

que đánh kem

сбивалка

rây dùng trong bếp

сито

cái rây lọc

сито

cái nạo

тёрка

vữa

ступка

vì nướng

гриль

ngọn lửa trần

костёр

cái thớt

доска

trục cán bột

скалка

cái mở nút chai

штопор

vỏ đồ hộp

жестяная банка

cái mở vỏ đồ hộp

консервный нож

miếng nhấc nồi

прихватка

bồn rửa bát

раковина

bàn chải

щетка

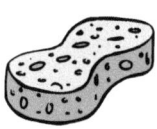

miếng xốp

губка

máy xay

миксер

tủ đông lạnh

морозильная камера

bình sữa cho trẻ sơ sinh

бутылочка для кормления

vòi nước

кран

phòng tắm

ванная комната

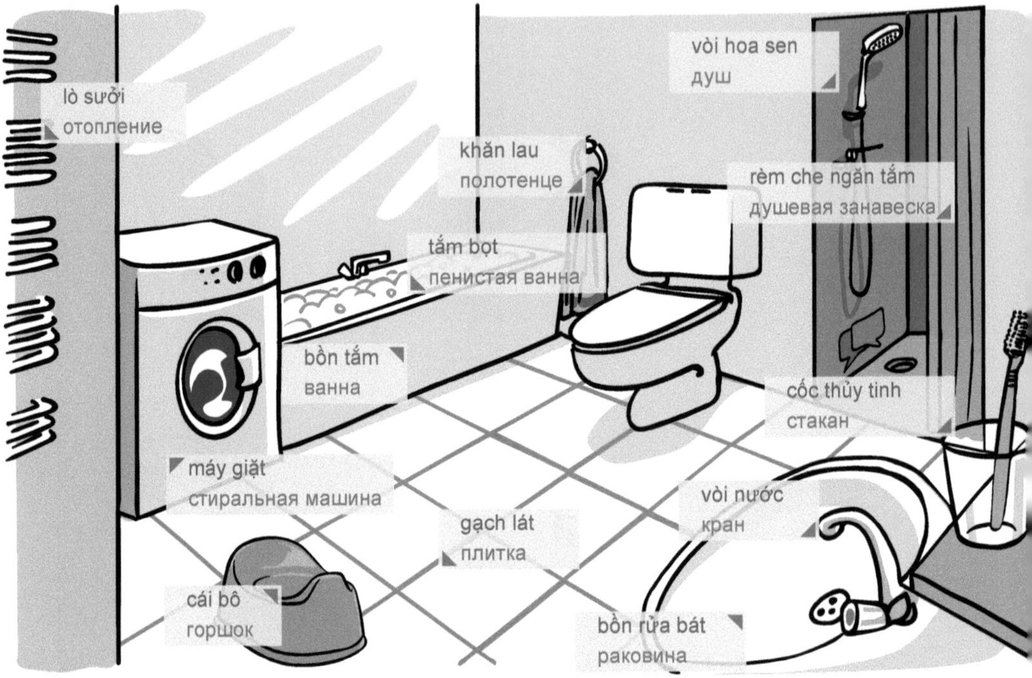
lò sưởi
отопление
khăn lau
полотенце
vòi hoa sen
душ
rèm che ngăn tắm
душевая занавеска
tắm bọt
пенистая ванна
bồn tắm
ванна
cốc thủy tinh
стакан
máy giặt
стиральная машина
vòi nước
кран
gạch lát
плитка
cái bô
горшок
bồn rửa bát
раковина

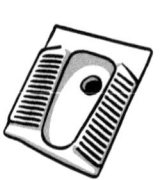

bồn cầu

туалет

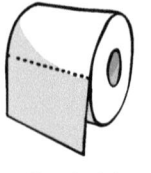

bồn cầu ngồi xổm

напольный унитаз

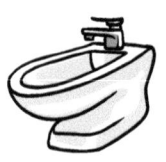

bồn rửa hậu môn

биде

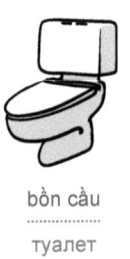

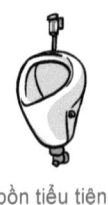

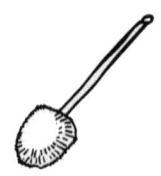

bồn tiểu tiện

писсуар

giấy vệ sinh

туалетная бумага

bàn chải cọ bồn cầu

ершик

bàn chải đánh răng

зубная щетка

kem đánh răng

зубная паста

chỉ nha khoa

зубная нить

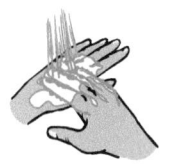

rửa

мыть

vòi sen cầm tay

ручной душ

vòi rửa hậu môn

интимный душ

bồn rửa

таз

bàn chải cọ lưng

щетка для спины

xà phòng

мыло

sữa tắm

гель для душа

dầu gội

шампунь

khăn cọ để tắm

мочалка

lỗ thoát nước

сток

kem

крем

chất khử mùi

дезодорант

gương

зеркало

gương tay

ручное зеркало

dao cạo râu

бритва

kem cạo râu

пена для бритья

nước thơm dùng sau khi cạo râu

лосьон после бритья

cái lược

расческа

bàn chải

щетка

máy xấy tóc

фен

keo xịt tóc

лак для волос

đồ trang điểm

косметика

thỏi son môi

губная помада

sơn bôi móng

лак для ногтей

bông

вата

kéo cắt móng

маникюрные ножницы

nước hoa

духи

túi đựng đồ tắm

косметичка

ghế đẩu

табуретка

cái cân

весы

áo choàng tắm

халат

găng tay làm vệ sinh

резиновые перчатки

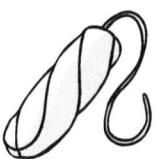

nút gạc

тампон

băng vệ sinh

гигиеническая прокладка

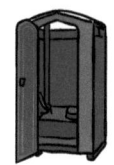

nhà vệ sinh hóa chất

биотуалет

phòng trẻ em

детская комната

đồng hồ báo thức
будильник
thú bông
мягкая игрушка
xe đồ chơi
игрушечный автомобиль
cái lúc lắc
погремушка
nhà búp bê
кукольный домик
món quà
подарок

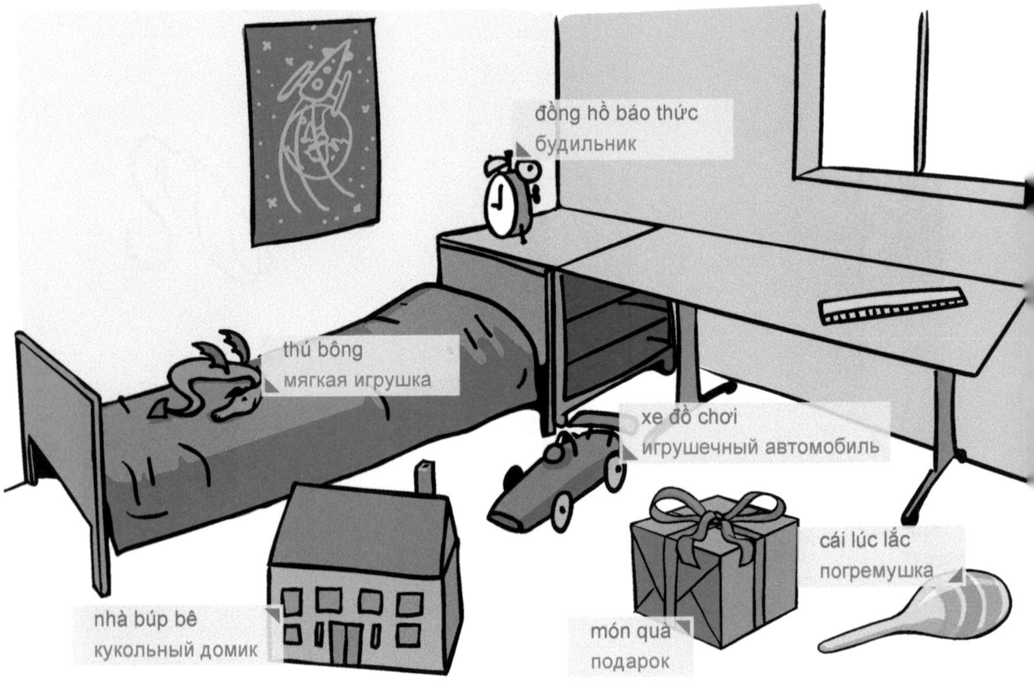

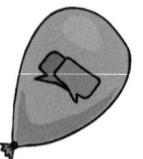

bong bóng

воздушный шар

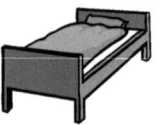

giường

кровать

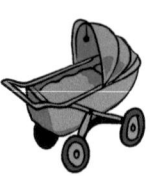

xe nôi

детская коляска

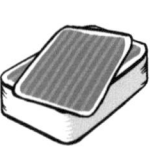

trò chơi bài

карточная игра

trò chơi ghép hình

пазл

SUPER
MEGA

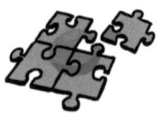

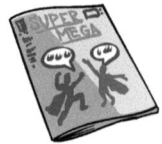

truyện tranh

комикс

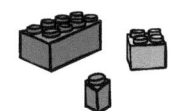

gạch Lego

кирпичики Лего

khối xếp hình

кубики

nhân vật hành động

игрушечная фигурка

áo liền quần cho trẻ sơ sinh

ползунки

đĩa nhựa để ném

фрисби

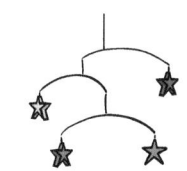

đồ chơi treo trên giường

мобиле

trò chơi cờ bàn

настольная игра

xúc xắc

кубик

đồ chơi xe lửa mô hình

модель железной дороги

ti giả

соска

buổi tiệc

вечеринка

sách tranh

книга с картинками

quả bóng

мяч

búp bê

кукла

chơi

играть

hố cát

песочница

cái đu

качели

đồ chơi

игрушка

máy chơi game cầm tay

игровая приставка

xe ba bánh

трёхколесный велосипед

gấu bông

плюшевый медвежонок

tủ quần áo

шкаф для одежды

y phục

одежда

bít tất

носки

bít tất dài

чулки

quần tất

колготки

khăn choàng cổ
шарф

ô che mưa
зонтик

áp phông
футболка

dây thắt lưng
ремень

ủng
сапоги

dép đi trong nhà
тапки

giày sneaker
кроссовки

dép xăng đan
сандалии

giày
ботинки

ủng cao su
резиновые сапоги

quần lót
трусы

áo ngực
бюстгальтер

áo vest
майка

y phục - одежда

45

áo ôm sát cơ thể

боди

quần dài

брюки

quần bò

джинсы

váy

юбка

áo cánh

блузка

áo sơ mi

рубашка

áo len chui đầu

свитер

áo len

свитер

áo blazer

спортивная куртка

áo jacket

жакет

áo khoác

пальто

áo mưa

плащ

trang phục

костюм

áo váy

платье

áo cưới

свадебное платье

bộ com lê

мужской костюм

áo ngủ

ночная сорочка

pijama

пижама

trang phục sari

сари

khăn trùm đầu

платок

khăn đội đầu

тюрбан

áo burka

паранджа

áo captan

кафтан

áo aba

абайя

quần áo bơi

купальник

quần bơi

плавки

quần đùi

шорты

quần áo tracksuit

спортивный костюм

tạp dề

фартук

găng tay

перчатки

cái cúc

пуговица

kính mắt

очки

vòng đeo tay

браслет

vòng cổ

цепочка

nhẫn

кольцо

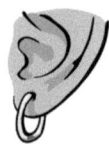

hoa tai

серьга

mũ lưỡi trai

шапка

cái mắc treo áo quần

вешалка

mũ

шляпа

cà vạt

галстук

dây kéo phéc mơ tuya

застежка молния

mũ bảo hiểm

шлем

dây đeo quần

подтяжки

đồng phục học sinh

школьная форма

đồng phục

форма

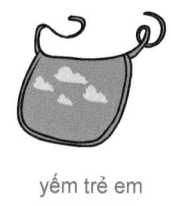

yếm trẻ em

детский нагрудник

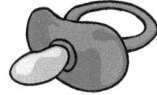

ti giả

соска

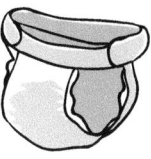

tã lót

подгузник

văn phòng

офис

máy chủ
сервер
tủ hồ sơ
канцелярский шкаф
máy in
принтер
giấy
бумага
màn hình
монитор
bàn làm việc
письменный стол
chuột máy tính
мышь
thư mục
папка
bàn phím
клавиатура
thùng rác giấy
корзина для бумаг
máy tính
компьютер
ghế
стул

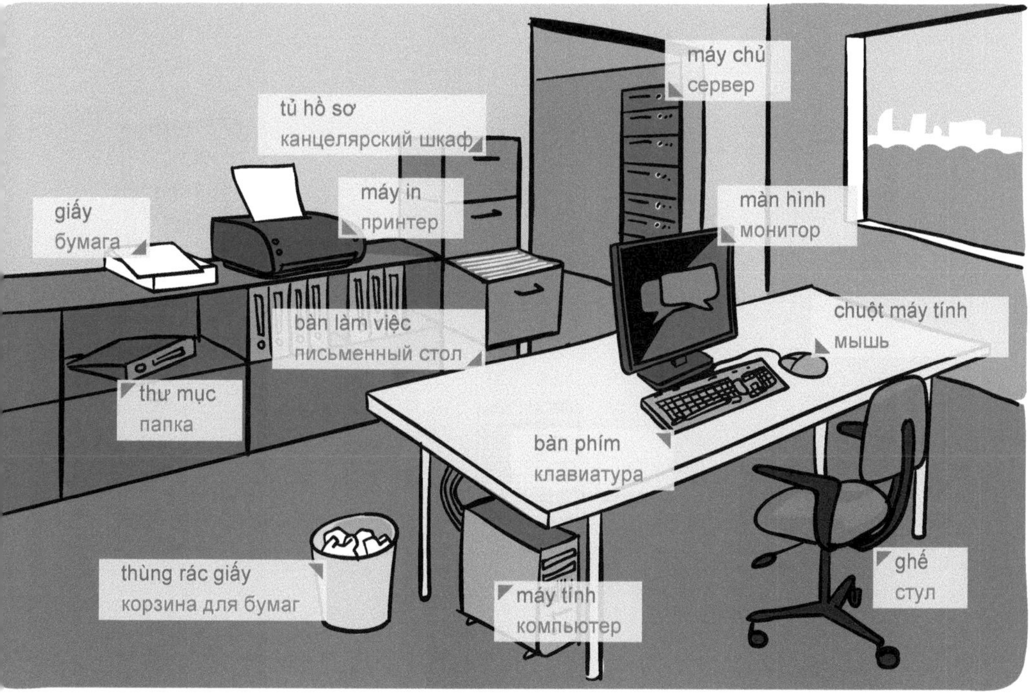

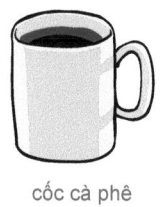

cốc cà phê

кофейная кружка

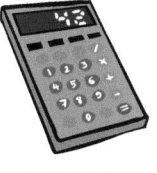

máy tính bỏ túi

калькулятор

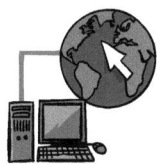

internet

интернет

laptop

ноутбук

thư

письмо

tin nhắn

сообщение

điện thoại di động

мобильный телефон

mạng

сеть

máy photocopy

ксерокс

phần mềm

программа

điện thoại

телефон

ổ cắm điện

розетка

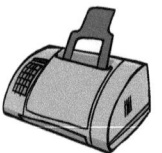

máy fax

факс

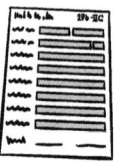

mẫu đơn

формуляр

chứng từ

документ

mua
....
покупать

trả tiền
....
платить

buôn bán
....
торговать

tiền
....
деньги

 **USD**

đô la
....
доллар

 **EUR**

Euro
....
евро

 **JPY**

yên
....
иена

 **RUB**

rúp
....
рубль

 **CHF**

franc Thụy Sĩ
....
франк

 **CNY**

nhân dân tệ
....
жэньминьби юань

 **INR**

rupi
....
рупия

máy rút tiền tự động
....
банкомат

quầy đổi tiền

пункт обмена валюты

vàng

золото

bạc

серебро

dầu

нефть

năng lượng

энергия

giá tiền

цена

hợp đồng

договор

thuế

налог

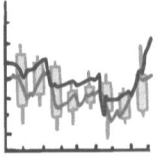

cổ phiếu

акция

làm việc

работать

nhân viên

служащий

chủ lao động

работодатель

nhà máy

фабрика

cửa hiệu

магазин

nghề nghiệp
профессии

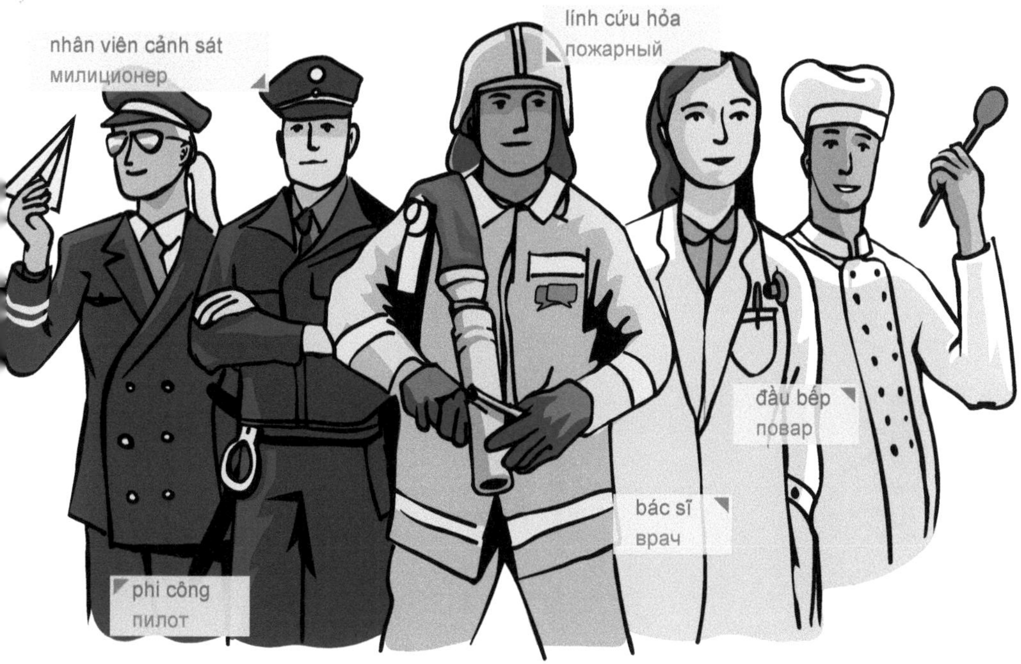

lính cứu hỏa
пожарный
nhân viên cảnh sát
милиционер
đầu bếp
повар
bác sĩ
врач
phi công
пилот

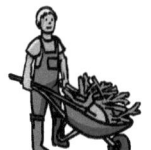

người làm vườn

садовник

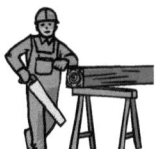

thợ mộc

столяр

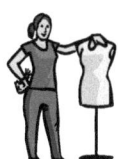

thợ may

швея

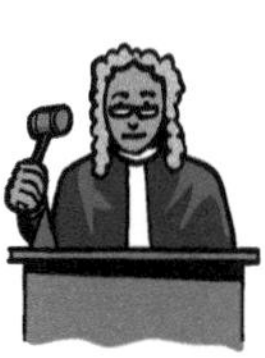

chánh án

судья

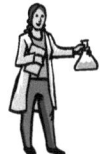

nhà hóa học

химик

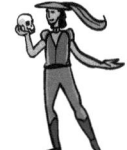

diễn viên

актёр

tài xế xe buýt

водитель автобуса

người lái taxi

таксист

ngư dân

рыбак

người lau dọn vệ sinh

уборщица

thợ lợp mái nhà

кровельщик

bồi bàn

официант

thợ săn

охотник

họa sĩ

художник

thợ làm bánh

пекарь

thợ điện

электрик

thợ xây dựng

строитель

kỹ sư

инженер

người hàng thịt

мясник

thợ sửa ống nước

сантехник

người đưa thư

почтальон

người lính

солдат

kiến trúc sư

архитектор

nhân viên thu ngân

кассир

người bán hoa

флорист

thợ cắt tóc

парикмахер

nhân viên soát vé

кондуктор

thợ cơ khí

механик

thuyền trưởng

капитан

nha sĩ

зубной врач

nhà khoa học

ученый

giáo sĩ Do thái

раввин

lãnh tụ Hồi giáo

имам

nhà sư

монах

mục sư

священник

dụng cụ
инструменты

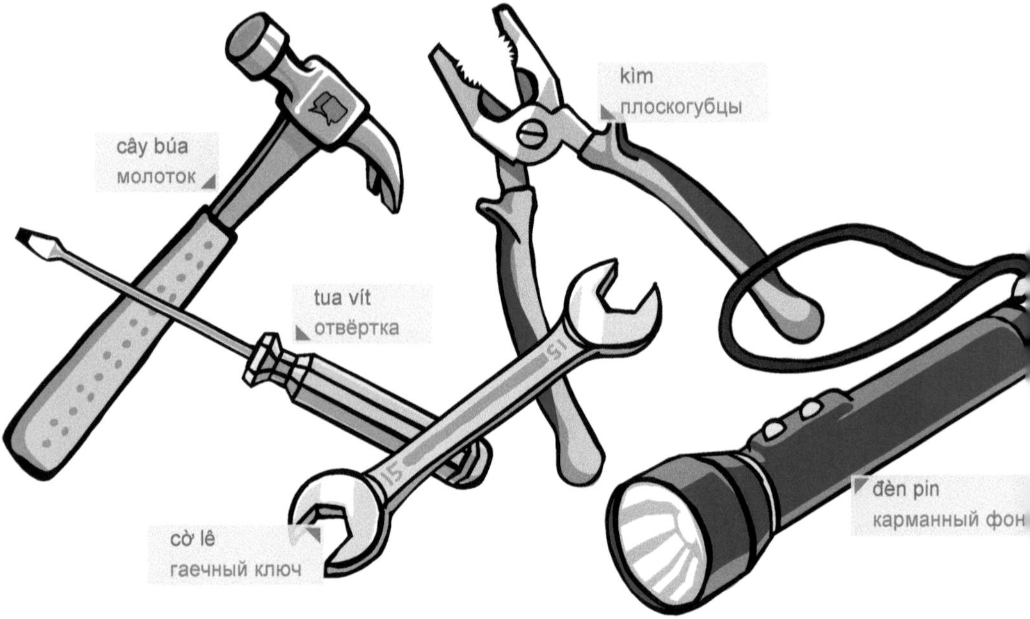

cây búa
молоток
kìm
плоскогубцы
tua vít
отвёртка
cờ lê
гаечный ключ
đèn pin
карманный фон

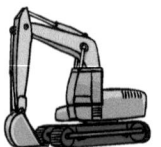

máy xúc đất

экскаватор

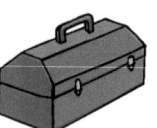

hộp dụng cụ

ящик для инструментов

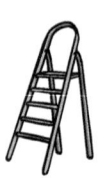

cái thang

стремянка

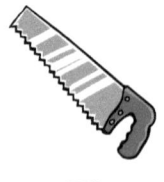

cưa

пила

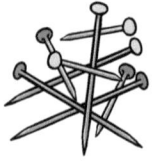

đinh

гвозди

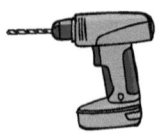

máy khoan

дрель

sửa chữa

ремонтировать

cái xẻng

лопата

khốn nạn!

Блин!

cái hót rác

совок

thùng sơn

ведро с краской

vít

винты

nhạc cụ

музыкальные инструменты

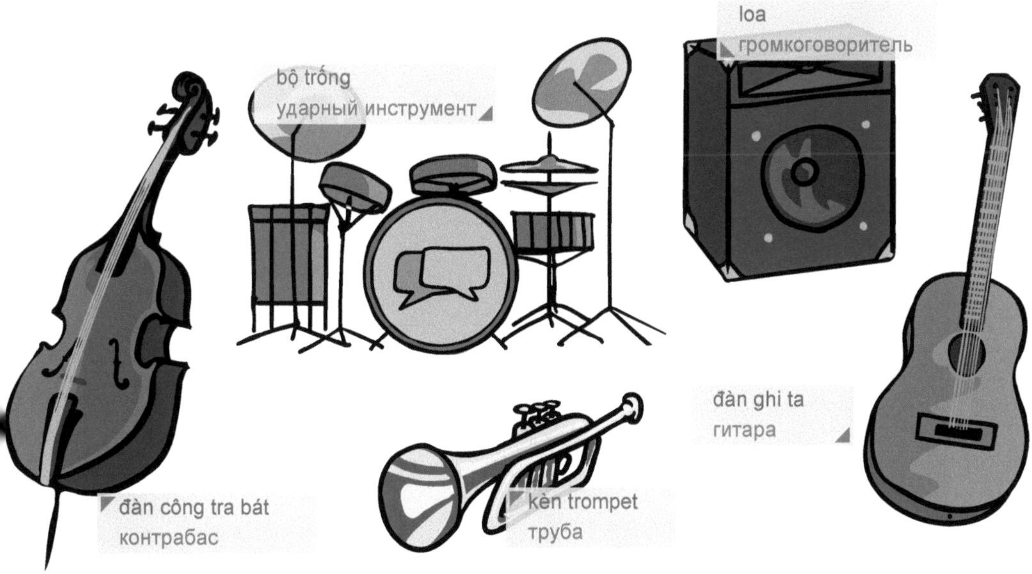

loa
громкоговоритель

bộ trống
ударный инструмент

đàn ghi ta
гитара

đàn công tra bát
контрабас

kèn trompet
труба

đàn piano

пианино

đàn vĩ cầm

скрипка

ghi ta bass

бас-гитара

trống định âm

литавры

trống

барабан

đàn organ

синтезатор

kèn Saxophone

саксофон

sáo

флейта

micro

микрофон

vườn bách thú

зоопарк

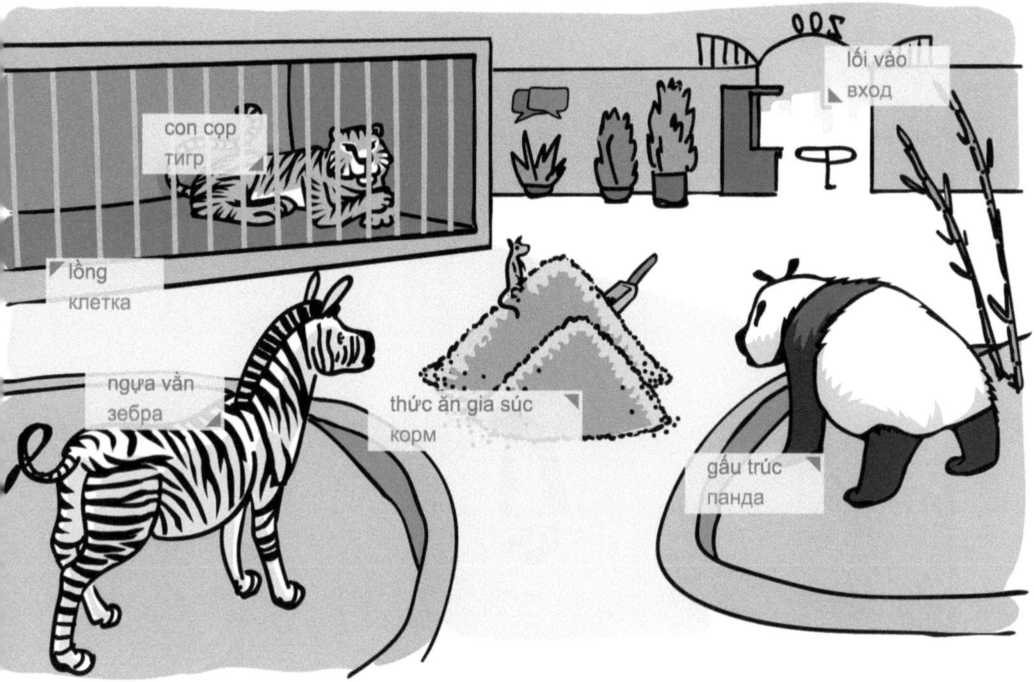

con cọp
тигр
lối vào
вход
lồng
клетка
ngựa vằn
зебра
thức ăn gia súc
корм
gấu trúc
панда

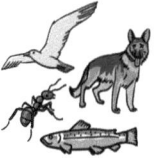

động vật

животные

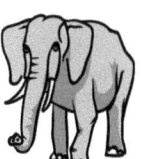

con voi

слон

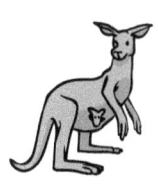

chuột túi

кенгуру

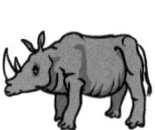

tê giác

носорог

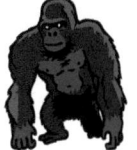

khỉ đột

горилла

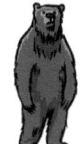

con gấu

медведь

lạc đà

верблюд

đà điểu

страус

sư tử

лев

con khỉ

обезьяна

hồng hạc

фламинго

con vẹt

попугай

gấu bắc cực

белый медведь

chim cánh cụt

пингвин

cá mập

акула

con công

павлин

con rắn

змея

cá sấu

крокодил

người trông giữ vườn bách thú

служитель зоопарка

hải cẩu

тюлень

báo đốm

ягуар

ngựa lùn

пони

con báo

леопард

hà mã

бегемот

hươu cao cổ

жираф

đại bàng

орёл

heo rừng

кабан

cá

рыба

con rùa

черепаха

hải mã

морж

con cáo

лиса

linh dương

газель

bóng bầu dục Mỹ
американский футбол

đua xe đạp
езда на велосипеде

quần vợt
теннис

bóng rổ
баскетбол

bơi
плавание

đấm bốc
бокс

khúc côn cầu trên băng
хоккей

bóng đá
футбол

cầu lông
бадминтон

điền kinh
лёгкая атлетика

bóng ném
гандбол

trượt tuyết
лыжный спорт

polo
поло

các hoạt động
действия

cười
смеяться
nhảy
прыгать
ôm
обнимать
đi bộ
идти
ca hát
петь
mơ
мечтать
cầu nguyện
молиться
hôn
целовать

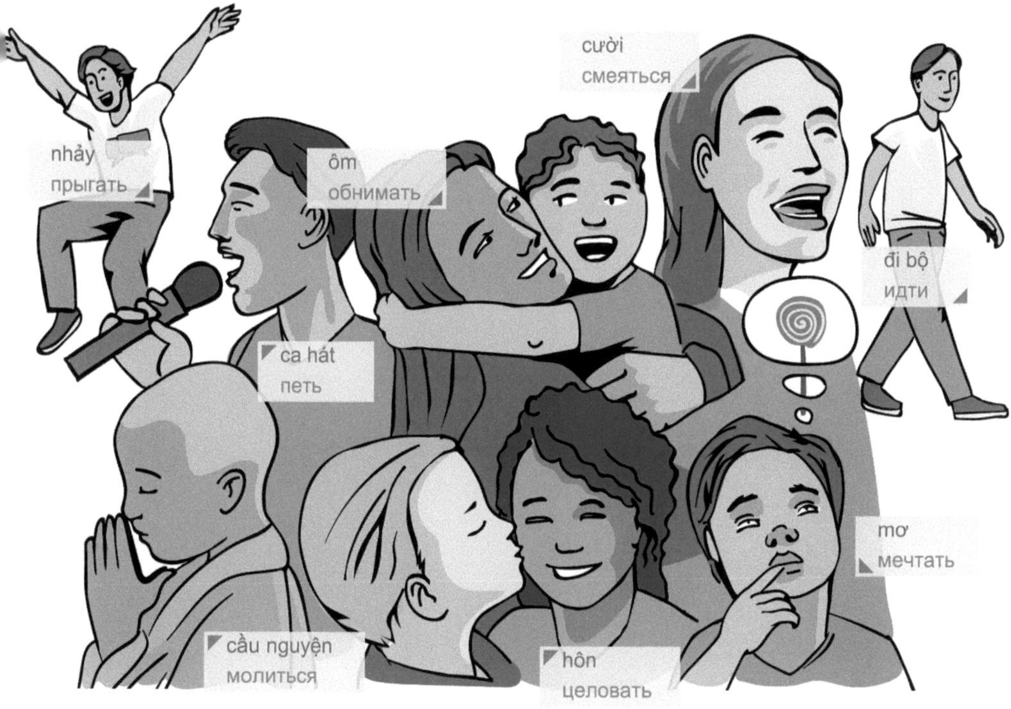

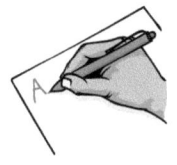

viết
писать

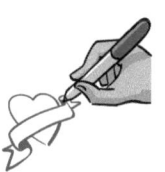

vẽ
рисовать

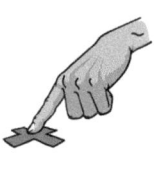

chỉ trỏ
показывать

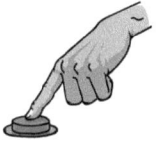

đẩy
нажимать

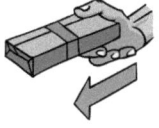

cho
давать

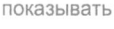

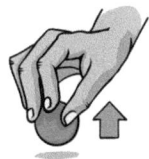

lấy đi
брать

có

иметь

làm

делать

thì / là

быть

đứng

стоять

chạy

бежать

kéo

тянуть

ném

бросать

rơi

падать

nằm

лежать

chờ đợi

ждать

mang vác

носить

ngồi

сидеть

mặc quần áo

надевать

ngủ

спать

thức dậy

просыпаться

xem

рассматривать

khóc

плакать

vuốt ve

гладить

chải

причесывать

nói chuyện

говорить

hiểu

понимать

câu hỏi

спрашивать

nghe

слушать

uống

пить

ăn

кушать

dọn dẹp

наводить порядок

yêu

любить

nấu nướng

готовить

lái xe

ехать

bay

летать

đi thuyền buồm

ходить под парусом

tính toán

считать

đọc

читать

học

учиться

làm việc

работать

cưới

вступать в брак

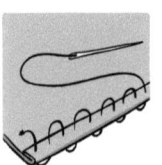

khâu vá

шить

đánh răng

чистить зубы

giết

убивать

hút thuốc

курить

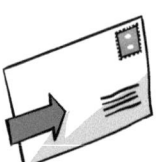

gửi đi

отправлять

các hoạt động - действия

gia đình

семья

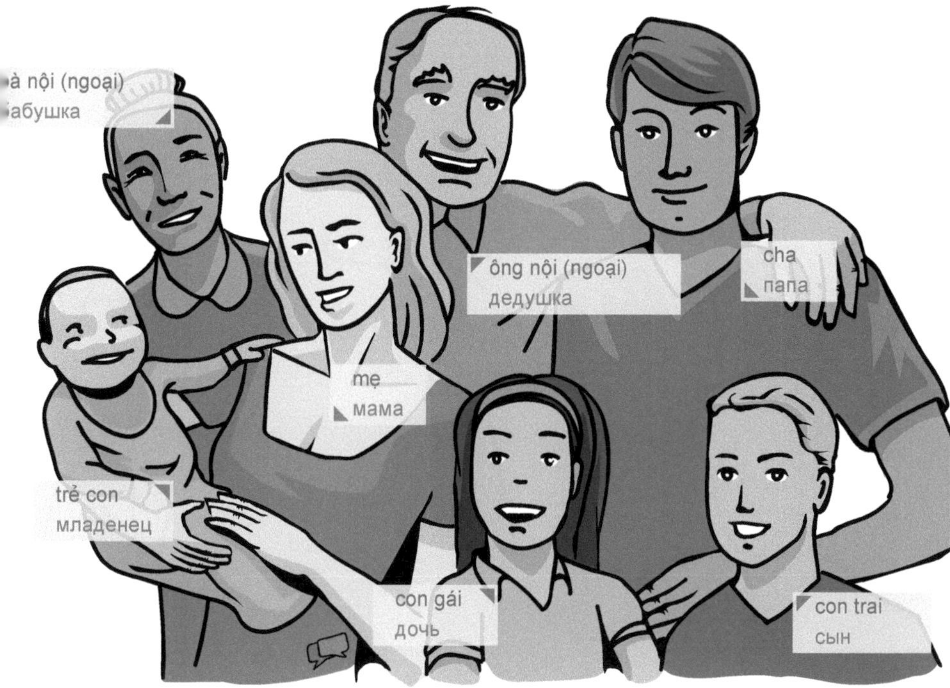

à nội (ngoại)
абушка
ông nội (ngoại)
дедушка
cha
папа
mẹ
мама
trẻ con
младенец
con gái
дочь
con trai
сын

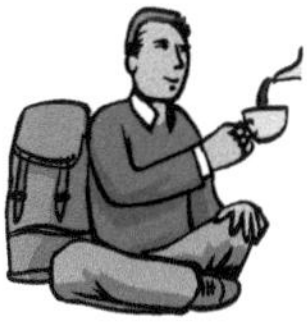

khách

гость

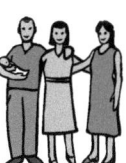

cô (dì)

тетя

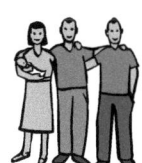

chú, bác (cậu)

дядя

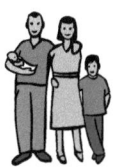

anh (em) trai

брат

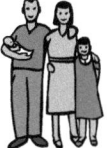

chị (em) gái

сестра

cơ thể

тело

trán
лоб
mắt
глаз
vai
плечо
ngón tay
палец
mặt
лицо
cằm
подбородок
bàn tay
кисть
chân
нога
ngực
грудь
cánh tay
рука

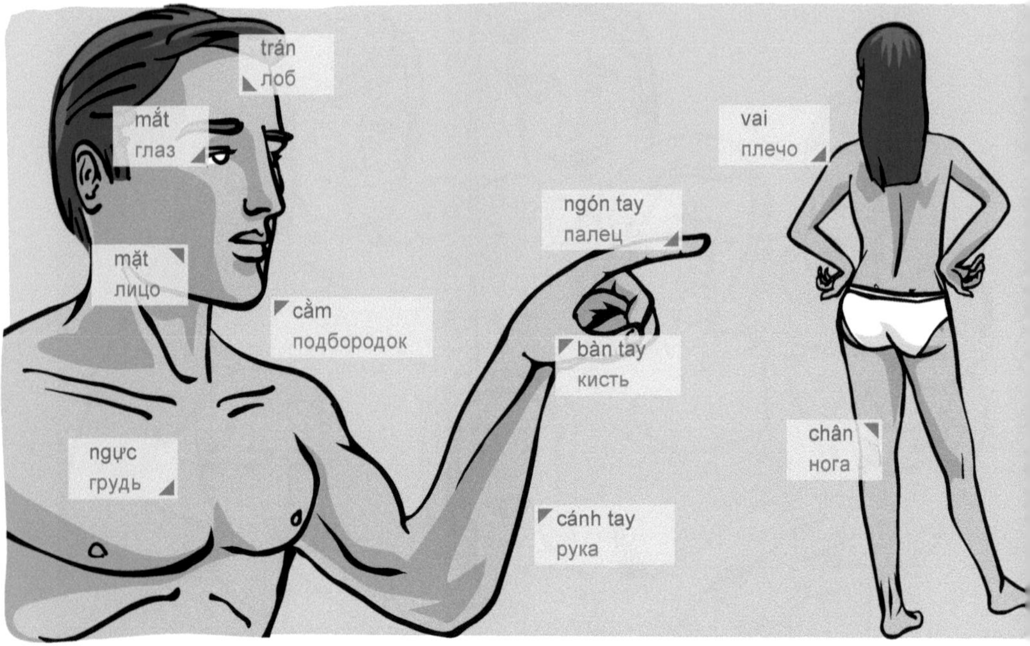

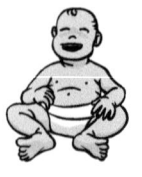

trẻ con

младенец

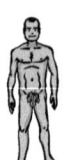

đàn ông

мужчина

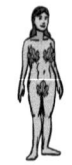

phụ nữ

женщина

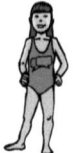

bé gái

девочка

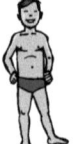

bé trai

мальчик

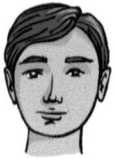

đầu

голова

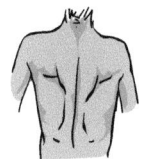

lưng

спина

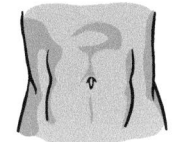

bụng

живот

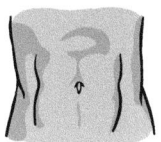

rốn

пупок

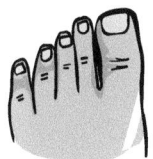

ngón chân

палец ноги

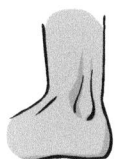

gót chân

пятка

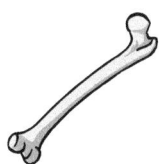

xương

кость

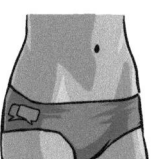

hông

бедро

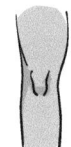

đầu gối

колено

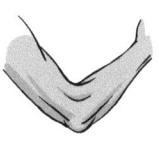

khuỷu tay

локоть

mũi

нос

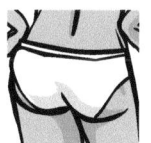

mông

ягодицы

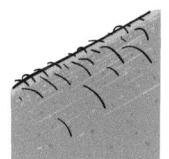

da

кожа

má

щека

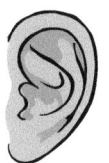

tai

ухо

môi

губа

miệng

рот

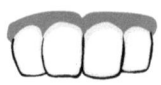

răng

зуб

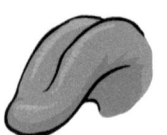

lưỡi

язык

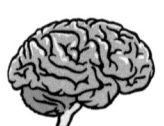

não

мозг

tim

сердце

cơ bắp

мышца

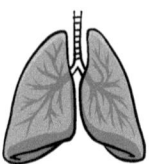

phổi

лёгкое

gan

печень

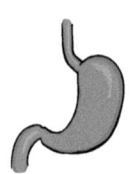

dạ dày

желудок

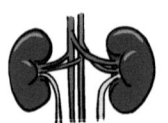

thận

почки

giao hợp

половой акт

bao cao su

презерватив

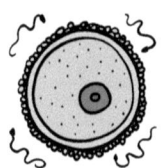

noãn

яйцеклетка

tinh dịch

сперма

mang thai

беременность

cơ thể - тело

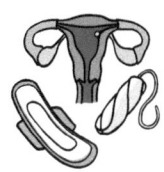

kinh nguyệt
....
менструация

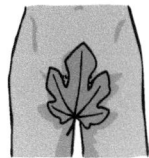

âm vật
....
вагина

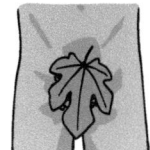

dương vật
....
пенис

lông mày
....
бровь

tóc
....
волосы

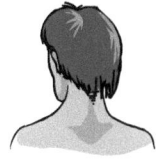

cổ
....
шея

cơ thể - тело

bệnh viện
больница

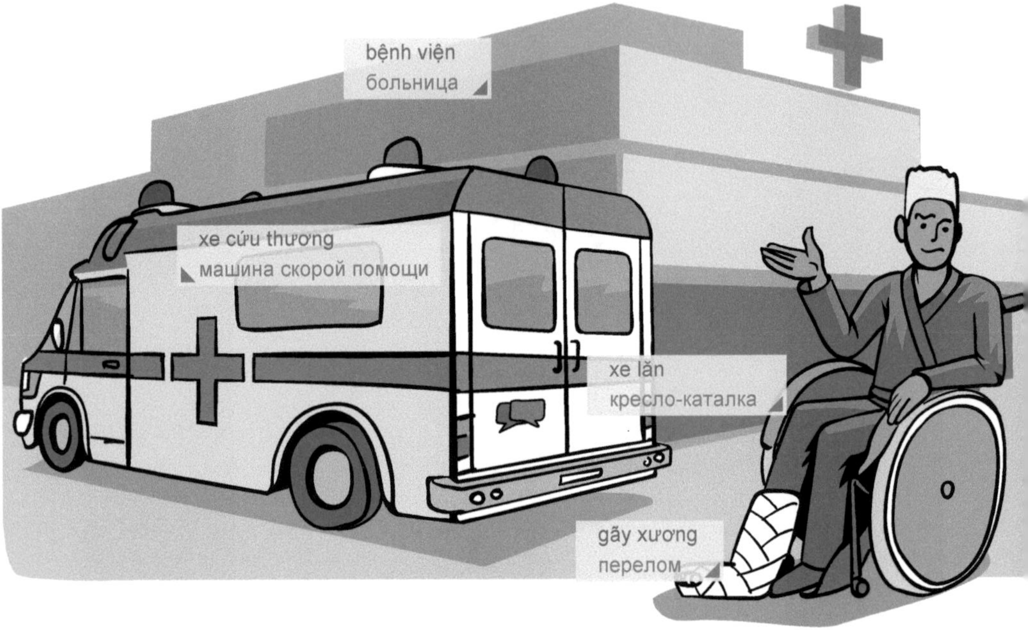

bệnh viện
больница
xe cứu thương
машина скорой помощи
xe lăn
кресло-каталка
gãy xương
перелом

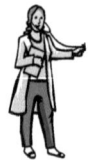

bác sĩ

врач

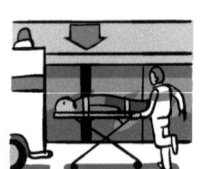

phòng cấp cứu

пункт первой помощи

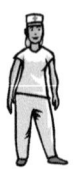

y tá

медсестра

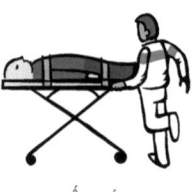

cấp cứu

неотложный случай

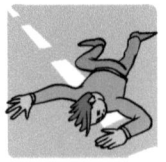

bất tỉnh

без сознания

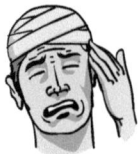

cơn đau

боль

bị thương

повреждение

chảy máu

кровотечение

nhồi máu cơ tim

инфаркт

đột quỵ

инсульт

dị ứng

аллергия

ho

кашель

sốt

повышенная температура

cúm

грипп

tiêu chảy

понос

đau đầu

головная боль

ung thư

рак

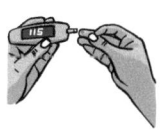

bệnh tiểu đường

диабет

bác sĩ phẫu thuật

хирург

dao mổ

скальпель

giải phẫu

операция

chụp cắt lớp

КТ

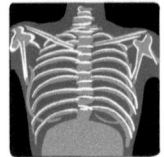

chụp x-quang

рентген

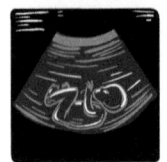

siêu âm

ультразвук

mặt nạ

маска

bệnh

болезнь

phòng đợi

приёмная

cái nạng

костыль

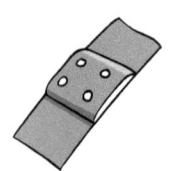

băng dán vết thương

пластырь

băng bó

бинт

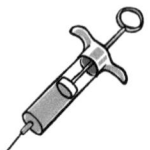

tiêm thuốc

укол

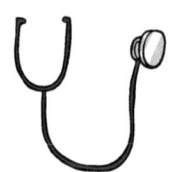

ống nghe khám bệnh

стетоскоп

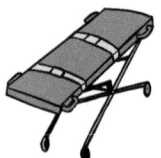

băng ca

носилки

nhiệt kế

термометр

sinh đẻ

рождение

thừa cân

избыточный вес

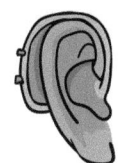

máy trợ thính

слуховой аппарат

chất khử trùng

дезинфекционное средство

nhiễm trùng

инфекция

vi rút

вирус

HIV / AIDS

ВИЧ / СПИД

thuốc

лекарство

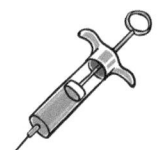

tiêm chủng

прививка

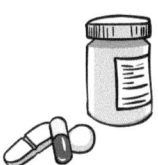

thuốc viên

таблетки

viên thuốc

противозачаточная таблетка

gọi cấp cứu

экстренный вызов

máy đo huyết áp

прибор для измерения кровяного давления

bệnh / khỏe mạnh

больной / здоровый

cứu!
....
Помогите!

báo động
....
сигнал тревоги

cuộc đột kích
....
нападение

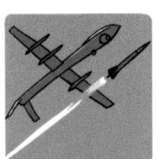

sự tấn công
....
атака

mối nguy hiểm
....
опасность

lối thoát hiểm
....
запасной выход

cháy!
....
Пожар!

bình chữa cháy
....
огнетушитель

tai nạn
....
несчастный случай

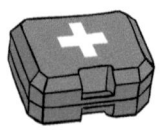

bộ dụng cụ sơ cứu
....
аптечка

SOS
....
SOS

cảnh sát
....
милиция

châu Âu

Европа

Bắc Mỹ

Северная Америка

Nam Mỹ

Южная Америка

châu Phi

Африка

châu Á

Азия

châu Úc

Австралия

Đại Tây Dương

Атлантический океан

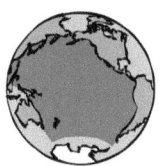

Thái Bình Dương

Тихий океан

Ấn Độ Dương

Индийский океан

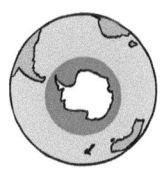

Nam Cực Dương

Антарктический океан

Bắc Băng Dương

Северный Ледовитый
океан

bắc cực

Северный полюс

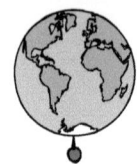

nam cực

Южный полюс

nam cực

Антарктика

trái đất

земля

đất liền

суша

biển

море

đảo

остров

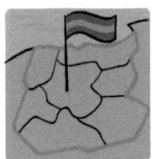

quốc gia

нация

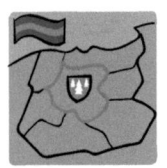

nhà nước

государство

mặt đồng hồ

циферблат

kim chỉ giờ

часовая стрелка

kim chỉ phút

минутная стрелка

kim chỉ giây

секундная стрелка

Bây giờ là mấy giờ?

Который час?

ngày

день

thời gian

время

bây giờ

сейчас

đồng hồ điện tử

электронные часы

phút

минута

giờ

час

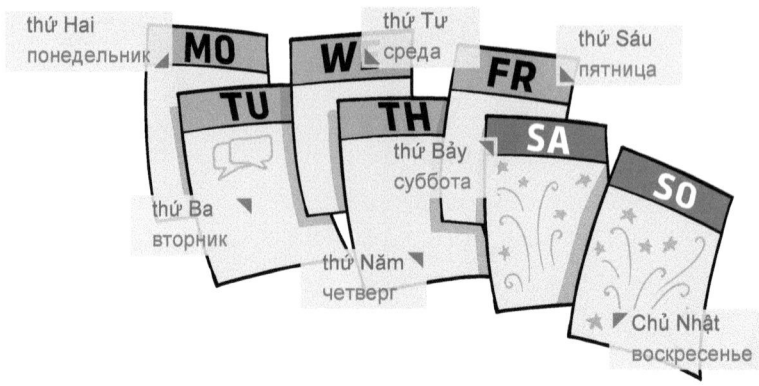

thứ Hai / понедельник — MO
thứ Tư / среда — W
thứ Sáu / пятница — FR
TU
TH
SA
thứ Ba / вторник
thứ Bảy / суббота
SO
thứ Năm / четверг
Chủ Nhật / воскресенье

hôm qua

вчера

hôm nay

сегодня

ngày mai

завтра

buổi sáng

утро

buổi trưa

полдень

buổi tối

вечер

MO	TU	WE	TH	FR	SA	SU
1	2	3	4	5	6	7
8	9	10	11	12	13	14
15	16	17	18	19	20	21
22	23	24	25	26	27	28
29	30	31	1	2	3	4

ngày làm việc

рабочие дни

MO	TU	WE	TH	FR	SA	SU
1	2	3	4	5	6	7
8	9	10	11	12	13	14
15	16	17	18	19	20	21
22	23	24	25	26	27	28
29	30	31	1	2	3	4

cuối tuần

выходные

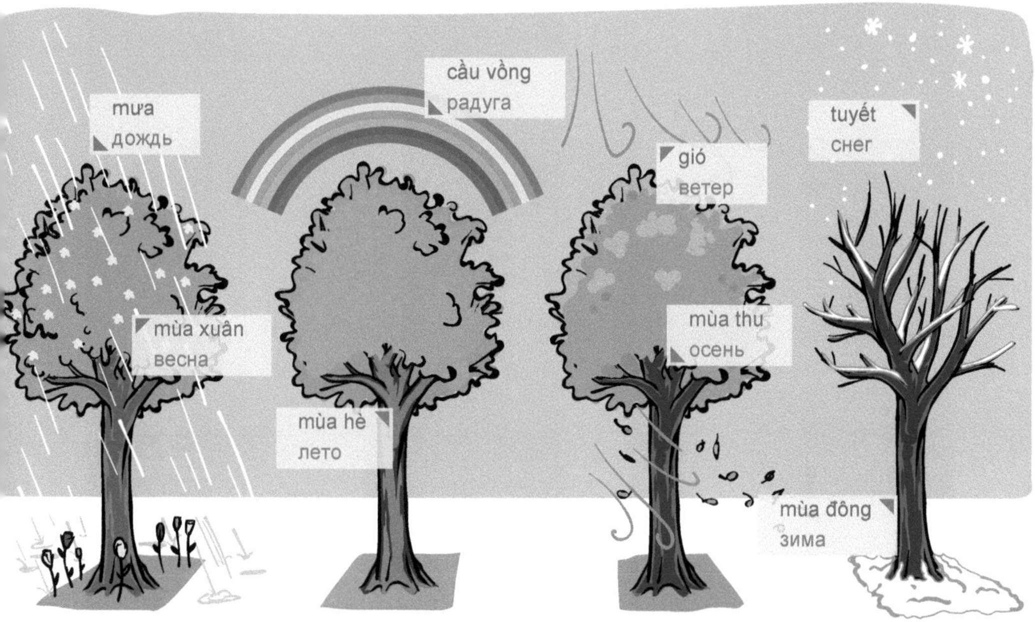

mưa
дождь

cầu vồng
радуга

tuyết
снег

gió
ветер

mùa xuân
весна

mùa thu
осень

mùa hè
лето

mùa đông
зима

4.APRIL	11°	☀
5.APRIL	4°	⛅
6.APRIL	13°	☁
7.APRIL	8°	❄
8.APRIL	10°	☀

dự báo thời tiết
....
прогноз погоды

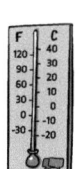

nhiệt kế
....
термометр

ánh nắng
....
солнечный свет

mây
....
туча

sương mù
....
туман

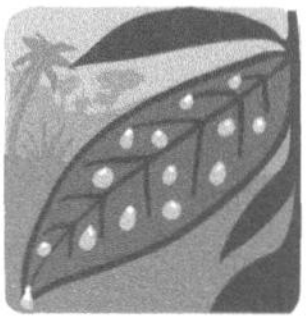

độ ẩm không khí
....
влажность воздуха

tia chớp

молния

sấm sét

гром

cơn bão

буря

mưa đá

град

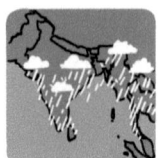

gió mùa

муссон

lũ lụt

наводнение

nước đá

лёд

tháng Một

январь

tháng Hai

февраль

tháng Ba

март

tháng Tư

апрель

tháng Năm

май

tháng Sáu

июнь

tháng Bảy

июль

tháng Tám

август

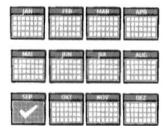

tháng Chín

сентябрь

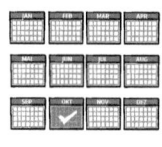

tháng Mười

октябрь

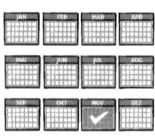

tháng Mười Một

ноябрь

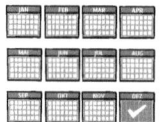

tháng Mười Hai

декабрь

hình dạng
формы

hình tròn

круг

hình vuông

квадрат

hình chữ nhật

прямоугольник

hình tam giác

треугольник

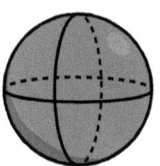

hình cầu

шар

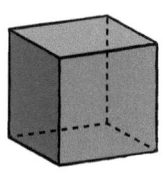

khối vuông

куб

màu trắng

белый

màu vàng

желтый

màu cam

оранжевый

màu hồng

розовый

màu đỏ

красный

màu tím

лиловый

màu xanh dương

синий

màu xanh lá cây

зелёный

màu nâu

коричневый

màu xám

серый

màu đen

черный

nhiều / ít

много / мало

tức tối / điềm tĩnh

яростный / мирный

xinh đẹp / xấu xí

красивый / уродливый

bắt đầu / kết thúc

начало / конец

to / nhỏ

большой / маленький

sáng / tối

светлый / темный

anh (em) trai / chị (em) gái

брат / сестра

sạch / bẩn

чистый / грязный

đủ / thiếu

полный / неполный

ngày / đêm

день / ночь

chết / sống

мёртвый / живой

rộng / chật hẹp

широкий / узкий

ăn được / không ăn được

съедобный / несъедобный

ác / tử tế

злой / дружелюбный

hào hứng / chán nản

взволнованный /
скучающий

béo / gầy

толстый / худой

đầu tiên / cuối cùng

сначала / в конце

bạn / thù

друг / враг

đầy / rỗng

полный / пустой

cứng / mềm

твёрдый / мягкий

nặng / nhẹ

тяжёлый / легкий

đói / khát

голод / жажда

bệnh / khỏe mạnh

больной / здоровый

bất hợp pháp / hợp pháp

незаконный / законный

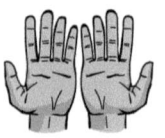

thông minh / ngu

умный / глупый

trái / phải

слева / справа

gần / xa

близко / далеко

mới / cũ

новый / подержанный

không có gì cả / có cái gì đó

ничто / нечто

già / trẻ

старый / молодой

bật / tắc

включено / выключено

mở / đóng

открыто / закрыто

im lặng / ồn ào

тихо / громко

giàu / nghèo

богатый / бедный

đúng / sai

правильный /
неправильный

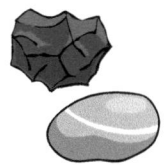

sần sùi / mịn màng

шероховатый / гладкий

buồn / vui

печальный / счастливый

ngắn / dài

короткий / длинный

chậm / nhanh

медленный / быстрый

ẩm ướt / khô ráo

мокрый / сухой

ấm áp / mát mẻ

тёплый / прохладный

chiến tranh / hòa bình

война / мир

0

số không

ноль

1

một

один

2

hai

два

3

ba

три

4

bốn

четыре

5

năm

пять

6

sáu

шесть

7

bảy

семь

8

tám

восемь

9

chín

девять

10

mười

десять

11

mười một

одиннадцать

12

mười hai

двенадцать

13

mười ba

тринадцать

14

mười bốn

четырнадцать

15

mười lăm

пятнадцать

16

mười sáu

шестнадцать

17

mười bảy

семнадцать

18

mười tám

восемнадцать

19

mười chín

девятнадцать

20

hai mươi

двадцать

100

một trăm

сто

1.000

một ngàn

тысяча

1.000.000

một triệu

миллион

tiếng Anh

английский

tiếng Anh Mỹ

американский английский

tiếng Quan Thoại

мандаринский китайский

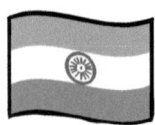

tiếng Hin-di

хинди

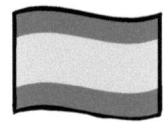

tiếng Tây Ban Nha

испанский

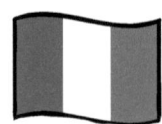

tiếng Pháp

французский

tiếng Ả-rập

арабский

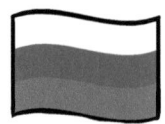

tiếng Nga

русский

tiếng Bồ Đào Nha

португальский

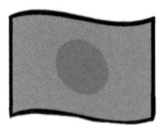

tiếng Bengal

бенгальский

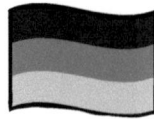

tiếng Đức

немецкий

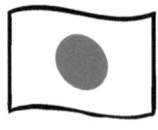

tiếng Nhật

японский

tôi

я

bạn

ты

anh ta / cô ta / nó

он / она / оно

chúng tôi

мы

các bạn

вы

họ

они

ai?

кто?

cái gì?

что?

như thế nào?

как?

ở đâu?

где?

lúc nào?

когда?

tên

имя

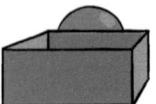

phía sau

за

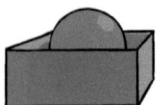

ở trong

в

phía trước

перед

phía trên

над

ở trên

на

ở dưới

под

bên cạnh

рядом

ở giữa

между

chỗ

место